உள்ளத்தின் ஒரு பகுதி

சாகி

Made with ♥ on the Notion Press Platform
www.notionpress.com

இந்த வாய்ப்பை அளித்த இறைவனுக்கும்
உற்சாகப்படுத்திய நண்பனுக்கும் நன்றிகள்

பொருளடக்கம்

பொருளடக்கம்

1. இளமைப் பருவம்

பருவ காலத்தில்
பயனின்றி திரியும்
சில இளைஞர் கூட்டமே
உன்னை சாதிக்கச் சொன்னால்
உன் வாழ்வை நீயே சதி செய்கிறாயே
இது நியாயமா?
பேதையை மதிமயக்கும் ஒரு போதையை
காதலிப்பதும் கைகொள்வதும் தான்
உன் சாதனையா?
நீயும் மற்றவரைப் போல்
காலம் கடந்து சென்ற கடைசியில் தான்
கன்னத்தில் கைவைத்து
கவலைப்பட்டு கலங்க போகிறாயா?
உனக்கு வேண்டாம்
இந்த விபத்துக்களும், விபரீதங்களும்
ஆகவே நீ
உடனே ஆர்ப்பரித்து
அலைகடலாய் எழு
அகிலம் போற்ற அரங்கேற்று - உன்
சாதனை சாகசங்களை.

2. ஊமை விழிகள்

உறுப்புக் கண்ணிருந்தும்
உளக் கண்ணில்லா - ஒரு சிலர்க்கு
உணர்த்தி, உயர்த்தவே
உழைத்து வாழும் ஊமை விழிகள் நாங்கள்
உருவங் கண்டு எள்ளாமை வேண்டும்
என்ற பழமொழியை நாங்கள் மறந்தும் மீறுவதில்லை

எங்கள் (உள) கண்ணிற்கு
உலக நிழல்கள் தெரிவதில்லை
உண்மை நிஜங்கள் மட்டுமே தெரியும்
அகிலத்தின் அக்கிரமங்களை
கண்ணீரண்டில் கண்டும் கண்டியாமல் இருக்கும்
கடமை மறந்த கண்ணியவான்கள் இல்லை

நாங்கள் சாலையை கடந்து செல்ல
உங்களிடம் கரம் நீட்டவில்லை
எங்களைப் போலவே நீங்களும்
வாழ்க்கைச் சரித்திரத்தில் காலடிப் பதிக்கவே
உங்களை கரம் நீட்டி அழைக்கிறோம்

வாழ்க்கையில் சிலருக்கு
கண்ணில் ஒளிருந்தும் உலகில் இருளிருக்க
கண்ணில் இருளிருந்தும் உலகில் ஒளியேற்ற பிறந்த
வாழ்க்கைப் போர் மறவர்கள் நாங்கள்.

3. நெஞ்சமே

நெஞ்சமே
கானலாய் சில கனவுகள் மறைந்தாலும்
ஏமாற்றமாய் சில எதிர்பார்ப்புகள் முடிந்தாலும்
துடிப்புடன் சில துயரங்கள் வந்தாலும்
நெஞ்சத்தில் துவளாது துணிந்து நில்
வாழ்க்கை வயமாகும்
வெற்றிகள் உன்மயமாகும்

4. இளைஞனே

காதலில் மட்டுமே கவனம் செலுத்தும் இளைஞனே
நீ சரித்திரத்தில் காலடி பதிப்பதிலும் கொஞ்சம் கவனம் செலுத்து
உனக்கு போலி புகழ் வேண்டாம்
பொன்னான வியர்வை போதும்
மாய மயக்கம் வேண்டாம்
மதியான ஒரு செயல் போதும்
காலம் கனிய நீ காத்திருக்க வேண்டாம்
உரமான ஒரு மணித்துளி
அதை நீ உபயோகித்தால் போதும்
உலகம் உன்னை உயர்ந்தேத்தும்
சரித்திரம் உன்னில் சரண் புகும்
காலம் உனக்கு காவியம் எழுதும்.

5. வாலிபனே

வறுமை எண்ணா வாலிபனே
உன் வாழ்க்கை வளம்பெற வாழ்த்துகிறேன்
முயற்சி எனும் புன்முறுவல் கொண்டு
நீ சோதனைகளை சாதனைகளாக்கிட
பட்டி தொட்டியும் உன் பண்பாடும்
பாரதமும் உன் பெயர் சொல்லும்

6. முன்னேற்றம்

என்னை தடவி விட்டு தூங்க விடாமல்
குட்டி விட்டு எழுப்பி விட்டாய்!
நீ என்னை போற்றிப் பேசவில்லை
நான் மனம் சோரவில்லை!
நீ என்னை தூற்றிப் பேசினாய்
அதில் என் அவநம்பிக்கையை போக்கினேன்!
நீ என்னை கேலி பேசினாய்
அதில் நான் ஞானம் பெற்றேன்!
நீ என்னை விலக்கி வைத்தாய்
அதில் நான் விளக்கானேன்
இத்தனையும் மீறி நீ என்னை
அழிக்க வைக்க தீயில்
என் முன்னேற்ற தீபம் சுடர் விட்டு எரிகிறது!

7. முன்னேற்றம்

முன்னேற்ற சிகரம் நோக்கி பறக்கிறேன்
சில இடங்களில் ஒடிக்கப்பட்ட
சிறகுகளின் சிந்தும் இரத்தத்துடன்

8. பணம்

பணம் என்னும் அரக்கனே
உன்னை உருவாக்கியது மனிதன் - ஆனால்
சர்வ வல்லமை தந்தது யாரோ!
நீ என்ன கத்தி போன்றவனோ
ஏனெனில் - உன்னை உருவாக்கிய எங்களையே
தயவு பார்க்காமல் அழிக்கிறாயே.

9. எண்ணம்

நிலவில் கூட நிலம் வாங்கும் மானிட - ஏன்
உன் நினைவில் நிஜம் வாங்க மறுக்கிறாய்?
உன் வீண் நினைவகற்றி உலகநிஜம் கண்டாயெனில்
உண்மை தெரியும் உன்னையும் புரியும்
உழைப்புக்கு உயிர்கொடுத்து ,
சோம்பலை சாம்பல் ஆக்கினால்
நாளை நீ இந்த உலகின் நிலமாகலாம்
நல் நினைவாகலாம்.

10. இளைஞனே

இளைஞனே
உன் இலட்சியத்தின்
முரண்பட்ட முடிவில்
முனங்கி கிடைப்பதை விட - அதை
முறியடிக்க முயன்று விடு
முடிவு உன் வசம் ஆகும் - அப்போது
வந்து சென்ற
எதிர்மறையான உன் முடிவு கூட
இறுமாப்பு கொள்ளும் - உன்னை
சந்தித்ததை எண்ணி.

11. முயற்சி

தோழனே
உன்னை தோற்கடிக்க அல்ல
தோள் கொடுக்கவே தோல்விகள்
துவளவைக்க அல்ல
தூக்கி நிறுத்தவே துன்பங்கள்
இடிந்து போக அல்ல - உன்
இலக்கை நிர்ணயிக்கவே இன்னல்கள்
ஆகவே நீ முயற்சி கொண்டு
சோதனைகளையும் சாதனைகளாக்கி விடு
அப்பொழுது
காலம் உனக்கு கைத்தட்டும்
சரித்திரம் உன்னை சரணடையும்.

12. மனிதப்பறவை

சூரியன் புலரும் பொழுதில்
தானும் எழுந்து
அவசர அவசரமாய்
காலை கடன் முடித்து
அன்பின் இலக்கணமாம்
அன்னை ஆசையுடன் அவசரமாய்
ஆக்கி கொடுத்த உணவையும்
கழுதை போல் புத்தகங்களையும்
சுமந்து கொண்டு
வேகமாய் வந்து
(புகை) வண்டி பிடித்து
ஜன்னலோர இருக்கைக்கு
செல்லச் சண்டையிட்டு
சில கவிபாடி அதில் களிப்பாகி
நிறுத்தம் வந்ததும்
பிரிந்து சென்று
மாலை மீண்டும் ஒன்றாய்
களைப்புடன் கூடி
சிறுது உளவளாவி அதில் அளவளாவி
இரவு வீடு என்னும் கூடு அடையும்
மனிதனென்னும் அதிசயப்பறவை நாம்.

13. வெற்றி

சிறகில்லா பறவை பறப்பதில்லை
பொறுமை இல்லா வீரன் ஜெயிப்பதில்லை
உன் செயல் உனக்கு
உரியது அது உன்
நிலைமையை நிர்ணயிக்கும்.

14. நம்பிக்கை

உண்மையும் உறங்கியதுண்டு!
நேர்மையும் கலங்கியதுண்டு!
நீதியும் தோற்றதுண்டு!
இதுவே
காலத்தின் கோலம்
விதியின் சதி என்பது
மனமே கலங்காதே பொறுத்திரு
நல்ல வேளை விடியும்
காலம் உன்னை போற்றும்
என்றும் வாய்மையே வெல்லும்.

15. நேரமில்லை

இங்கு யாருக்கும் நேரமில்லை
எனக்கும் தான்
தூயவளே என தூக்கிபிடித்த உறவுகள்.
தூக்கி குப்பையில் வீசியும்
அவர்களை தூக்கி எறிய
எனக்கும் தான் நேரமில்லை.

16. சலிப்பு

என்னவனுக்கும் சலிப்பு வந்தது
எனது நோயுடன் போராடி போராடி
நானும் அவனையே பின் தொடர்ந்தேன்
நிரந்தர விடுதலை கிடைத்தது
இந்த (என்) உடலிலிருந்து.

17. அறிவு

அறிவிலி என்றார்கள்
அனைத்தையும் என்னிடமிருந்து
பெற்ற பிறகு.

18. உறவு

உறவுகளுக்காய் அனைத்தையும் இழந்தேன்
அவர்கள் என்னை இழந்தார்கள்.
என்னிடம் ஒன்றுமில்லாதபோது.

19. ஆரோக்கியம்

எமனையும் ஏமாற்றக் கற்றுக் கொண்டேன்
அரிசியில் நமது பெயர் இருக்கிறதாம்
பழங்களை மட்டுமே பக்காவாக உண்கிறேன்.

20. சேமிப்பு

எதையும் அனுபவிக்காமல்
சேமிப்பவனை கேட்டேன் - ஏன் என்று
கடைசி காலத்திற்க்கு என்றான்
கடைசியில் யாரோ எடுத்துச் சென்றார்கள்
அவனின் கடைசி காரியம் முடிந்து.

21. காலம்

பெற்றால் தான் பிள்ளையா
என்றது அந்த காலம்
பெத்தீல செய் என்கிறது
இந்த காலம்.

22. உறவு

மகனை பெற்ற தாய்க்கு
மகன் பிள்ளை அவள் பிள்ளையானது
மகள் பிள்ளை தன் பேத்தியானது.

23. மகன்

மாமியாரை தன்னோடே வைத்துக்கொள்ளும்
மகன் தற்போதும் தங்களுக்காகவே
செய்கிறான் என்பதை அறியாது
அவனின் தாய் மனம்
உடனிருந்தால் நீயும்
உழைக்க வேண்டிவரும் என்பதாலே
உன்னை சற்று தள்ளி வைத்திருக்கிறான்.

24. உபதேசி

ஊருக்கே உபதேசம் செய்வான்
தனக்கென வரும்போது - இந்த காலத்தில்
இதெல்லாம் ஒன்றுமில்லை என்பான்.

25. பக்குவம்

துரோகங்களையும் தோல்விகளையும்
புன்முறுவலோடு ஏற்றுக் கொண்டபோது
தோற்றுப் போனார்கள் - எனக்கு
அதை பரிசளித்தவர்கள்.

26. விதி

விதியை இயற்றியவர்கள்
அதற்கு விலக்கு என்ற ஒன்றையும் வைத்தார்கள்
ஏனெனில் அந்த விதியாலேயே
யாரும் வீணாகிவிடக்கூடாது என்று.

27. முக்கியத்துவம்

தேடப்படும் வரை கிடைத்த
முக்கியத்துவம் - கிடைத்தவுடன்
தூக்கி எறியப்பட்டது குப்பையில்
குழந்தையின் கையில் பொம்மை.

28. பெற்றோர்

பெற்றோரின் பொறுப்புகள்
பெரும்பாலும் புரியாததாகவே உள்ளது
ஒன்று இறுக்கி பிடித்து உடைத்து விடுகிறோம் - அல்லது
லேசாய் பிடித்து தவறவிடுகிறோம்.

29. நிரந்தரம்

பெற்ற பெரும் செல்வங்களை
இழந்த பிறகுதான் தெரிந்தது
இங்கு எதுவும் உண்மையில்லை என்று.

30. வீடு

வீடுவரை உறவு என்றது -
கண்ணதாசனின் வரிகள்
வீடே இல்லை எங்கிருந்து - உறவை தேட!.

31. அன்பு

நான் விரும்பியவள் என்னை விரும்பாததால்
அவள் கொடுத்த அனைத்தையும் ஏற்றுக்கொண்டேன்
கடைசியாக அந்த மாத்திரையையும் தான்
செல்கிறேன் அம்மா - கருவில் குழந்தை.

32. ஒன்றுமில்லை

ஏன் பிறந்தோம் என்று எவருக்கும் தெரியாது
ஒவ்வொருவரும் ஒவ்வொரு காரணங்களை
எடுத்துக் கொண்டோம்
கடைசியில் உற்று நோக்கினால் அவையாவும்
ஒன்றுமில்லாமல் போனது.

33. வாழ்க்கை

புரியாத புதிர் பிறப்பு
புரியாத புதிர் வாழ்க்கை
புரியாத புதிர் காலம்
புரியாத புதிர் இறப்பு
புரிந்து கொள்ள முயற்சித்தேன்
அப்போதும் புரியாமல் போனது
அதிலேயே உழலும் என்னால்.

34. Selfish

வாழ்க்கை என்பது போராட்டங்களும்
துரோகங்களும் துன்பங்களும்
மிகுந்தது என்று தெரிந்த பின்னும்
மகிழ்கிறேன் - ஒரு குழந்தை பிறக்கும் போது
அப்படிபோடு கம்பெனிக்கு ஆள் கிடைத்தது என்று.

35. காரியவாதி

காதலும் காரியவாதிதான்
காதலுக்கு கண்ணில்லை என்பார்கள்
இருந்தால் காட்டிவிடுமே
எதிரே இருப்பது யார் என்று.

36. யார்

பிறக்கும் போது தெரியாது
என்ன செய்ய வேண்டும் - என்று
இறக்கும் தருவாயிலும் தெரியாது
ஏன் அப்படி நடந்து கொண்டேன் - என்று
எனில் இங்கு நான் என நம்பிய
என்னை நடத்தியது யார்?

37. விளக்கம்

சுருங்க சொல்லி விளங்க வை
என்றார்கள்
எதைச் சொல்லி விளங்க வைக்க
எதையும் ஏற்க மனமில்லாதவர்களிடம்.

38. நம்பிக்கை

நம்பிக்கையே அனைத்திற்க்கும் -
ஆதாரம் என்றார்கள்
எதன் மீது நம்பிக்கை வைக்க என்றேன்
உழைப்பின் மீது என்றார்கள்
உற்றுப் பார்த்தால் உழைப்பாளிகள்
இன்றும் உழைப்பாளிகளாக மட்டுமே இருக்கிறார்கள்.

39. உண்மை

யாராலும் அறியப்பட விரும்பாதவன்
அனைவரின் உள்ளத்தின் மூலையிலும் -
வசிப்பிடம் கொண்டவன்
ஒருவேளை அனைவரின் முன்வந்தாலும்
முகமூடி மாட்டி முகவரியையும் மாற்றிவிடுவார்கள் -
அவனுக்கு
எங்கும் நிறைந்தவன் ஆனால் தற்போது
அனேகருக்கு வேண்டாதவன்
அவனின் அப்பட்டமான பெயர் **உண்மை.**

40. வெற்றி

எழுந்திரு யுவனே
கனத்த கருப்பு மேகங்கள் ஒன்றோடு ஒன்றுரசி
மின்னலை உண்டாக்குவது போல்
உன் கனத்த இதயத்தின் கவலைகளை
ஒன்றுடன் ஒன்றுரசி மின்னலை உண்டாக்கு
வீழ்ந்து விட மாட்டேன் என இடியாய் முழங்கு
உன் வெற்றியை பயனுள்ள மழையை போல்
உனக்கும் ஊருக்கும் பரிசாக்கு
அதில் உன்னை வீழ்த்த நினைத்தவர்கள்.
காளானாய் முளைத்து விட்டு போகட்டும்.

41. ஆறுதல்

ஆறுதலைத் தேடி அலைந்தேன்
அகிலம் அனலாய் சொன்னது
அட முட்டாள்! அது உன்னிடம் தான் இருக்கிறதென்று!

42. வீட்டில் பூச்சி

ஒருநாள் வாழ்ந்தாலும்
வீரமரணம் வேண்டுமாம்
மின்விளக்கில் மோதி மடிகிறது.

www.ingramcontent.com/pod-product-compliance
Lightning Source LLC
LaVergne TN
LVHW090433210926
848480LV00002B/809

9798905847431